AF194671

Impressum
Verlag: BABADADA GmbH, Nedderfeld 112 , 22529 Hamburg
Geschäftsführer / Verlagsleitung: Harald Hof
Druck: Books on Demand GmbH, In de Tarpen 42, 22848 Norderstedt

Imprint
Publisher: BABADADA GmbH, Nedderfeld 112 , 22529 Hamburg, Germany
Managing Director / Publishing direction: Harald Hof
Print: Books on Demand GmbH, In de Tarpen 42, 22848 Norderstedt

škola

shule

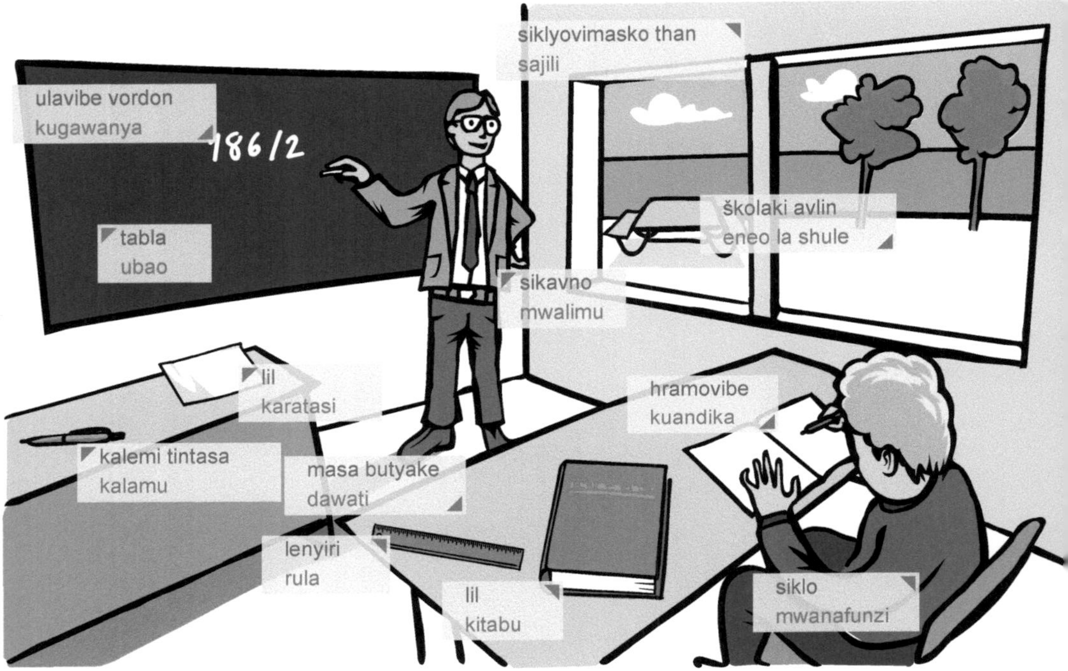

siklyovimasko than
sajili
ulavibe vordon
kugawanya
186/2
tabla
ubao
školaki avlin
eneo la shule
sikavno
mwalimu
lil
karatasi
hramovibe
kuandika
kalemi tintasa
kalamu
masa butyake
dawati
lenyiri
rula
lil
kitabu
siklo
mwanafunzi

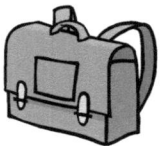

dumeski tašna

mkoba

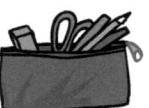

kalemengi kutia

kikasha cha penseli

kalemi

penseli

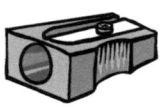

kalemengi čhurori

kichonga penseli

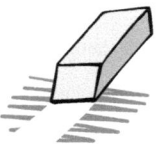

kosimaski guma

mpira

čitrimasko bloko

pedi ya kuchora

čitribe

uchoraji

boyimaski frča

brashi ya rangi

boyimaski kutia

sanduku la rangi

kata

mkasi

lepako

gundi

bukjardarimasko lil

daftari

khereski buti

kazi ya nyumbani

gendo

nambari

džide

jumlisha

ikal

ondoa

multiplicirin

zidisha

kalkulirin

kokotoa

hramome lil

barua

alfabeta

alfabeti

lafo

neno

teksti

maandishi

drabaribe

kusoma

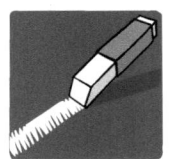

kreda

chaki

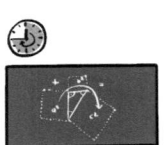

lekciya

somo

Klasesko registro

sajili

egzameni

uchunguzi

sertifikato

cheti

školaki uniforma

sare za shule

edukacia

elimu

enciklopedia

elezo

univerziteto

chuo kikuu

mikroskopo

darubini

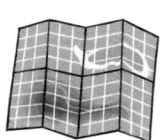

mapa

ramani

korpa čhudimaske lila

kikapu cha kuweka karatasi
chafu

dromaripe
usafiri

hoteli
hoteli
Grand
Lačhi blevel!
hosteli
ROOMS
biro baši devize
ofisi ya ubadilishanaji
EXCHANGE
koferi
sanduku
vordon
gari

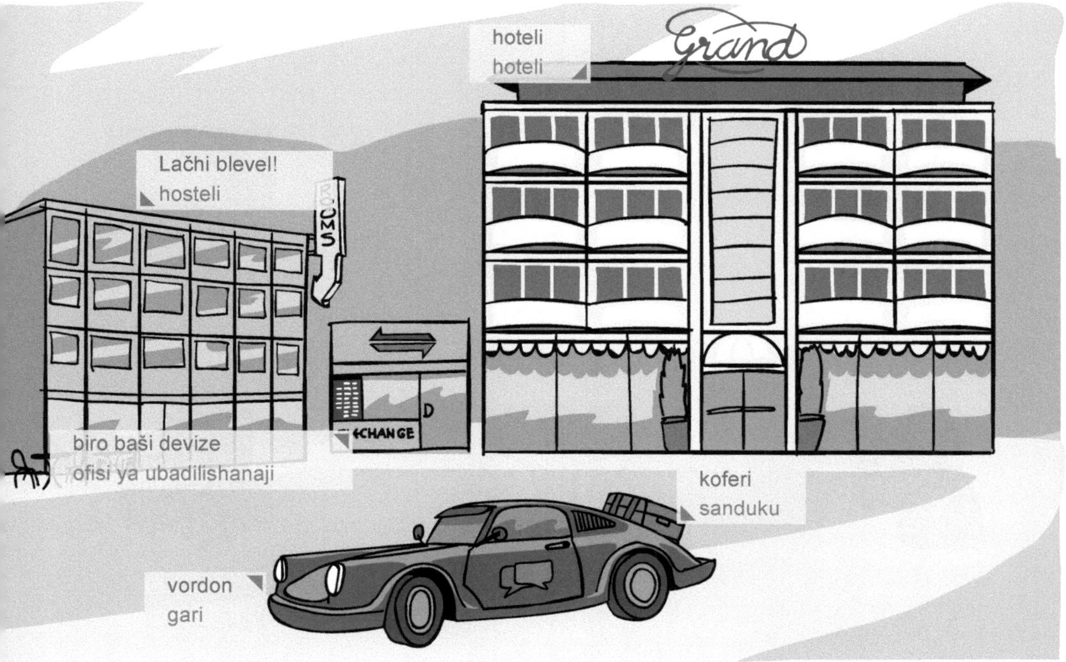

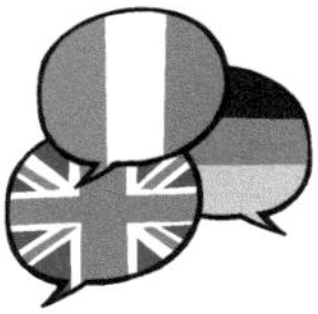

ćhib

lugha

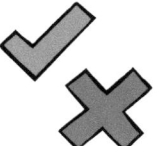

va / na

ndiyo / la

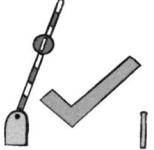

Okay

sawa

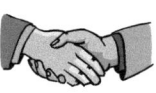

Namaste

hujambo

tumači

mtafsiri

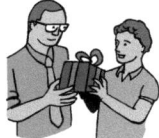

Ov sasto

Asante

Kozom si...?

kiasi gani ni ...?

Na havava

Sielewi

problemo

tatizo

Lačhi rat!

Jioni njema!

Lačhi javin!

Habari za asubuhi!

Lačhi rat!

Usiku mwema!

ačhon Devlesa

kwa heri

dromeski sikavin

mwelekeo

bagaži

mizigo

gono

mfuko

dumesko gono

shanta

misafiri

mgeni

kamara

chumba

sovimasko gono

begi la kulalia

cerha

hema

turistikani informacia

taarifa ya utalii

plaža

ufuo

kreditno kartica

kadi

javinako habe

kifunguakinywa

kušluko

chakula cha mchana

ratyako habe

chakula cha jioni

karta

tiketi

elevatori

kuinua

marka

muhuri

simantra

mpaka

adetia

mila

ambasada

ubalozi

viza

visa

pašaporti

pasipoti

transporti

usafiri

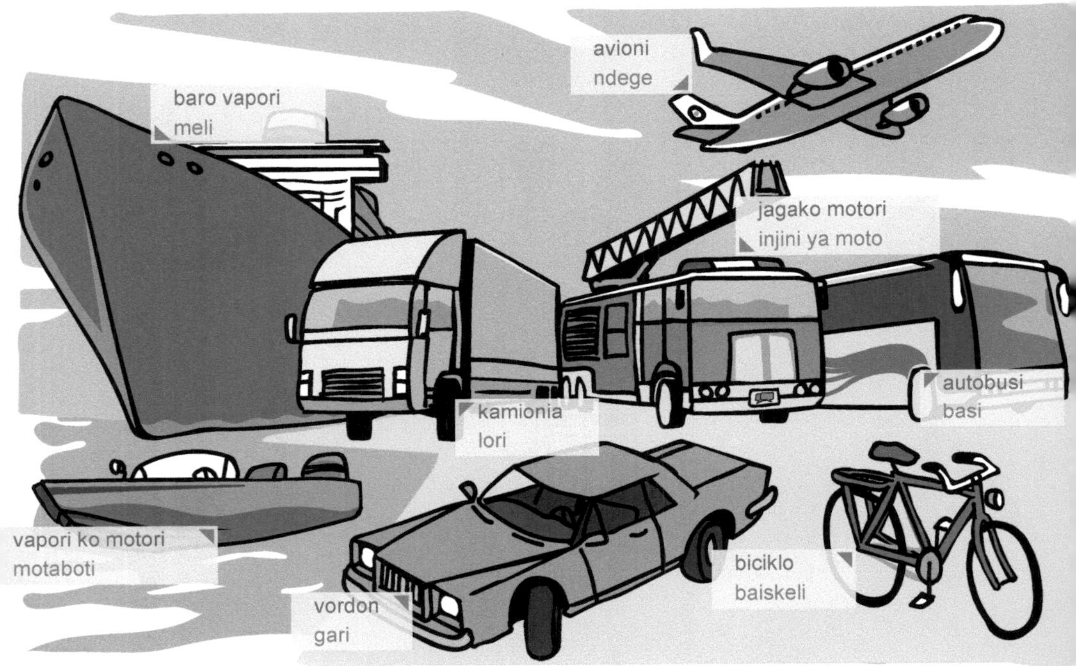

avioni
ndege
baro vapori
meli
jagako motori
injini ya moto
autobusi
basi
kamionia
lori
vapori ko motori
motaboti
biciklo
baiskeli
vordon
gari

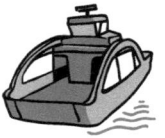

feri vapori

feri

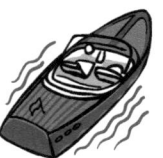

vapori

mashua

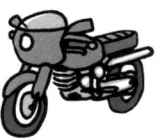

motorciklo

pikipiki

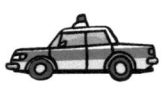

policiako vordon

gari la polisi

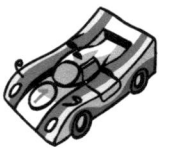

prastamasko vordon

gari la mashindano

rentakar

gari la kukodisha

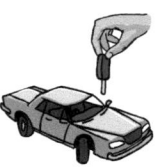

ulavibe vordon

kushiriki gari

rumosardo kamioni

lori la kuvuta

kamionengo than

ukusanyaji taka

motori

motor

petroli

mafuta

petrolesko stasioni

kituo cha mafuta

trafikoskere išaretia

ishara trafiki

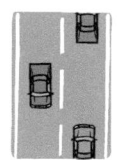

trafiko

trafiki

baro trafiko

msongamano

vordonesko parkirimasko than

maegesho

pampurengo stasioni

kituo cha treni

kamionia

reli

pampuri

garimoshi

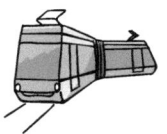

tramvaj

tremu

vagoni

gari la mizigo

helikopteri

helikopta

aeroporti

uwanja wa ndege

kula

mnara

dromarutno

abiria

kontejneri

chombo

kartoni

katoni

vordonoro

mkokoteni

sevli

kikapu

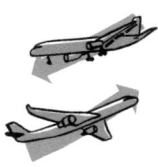

urjalipasko starto /
urjalipasko agor

ondoka

diz
jiji

gav

kijiji

dizyako centro

katikati ya jiji

kher

nyumba

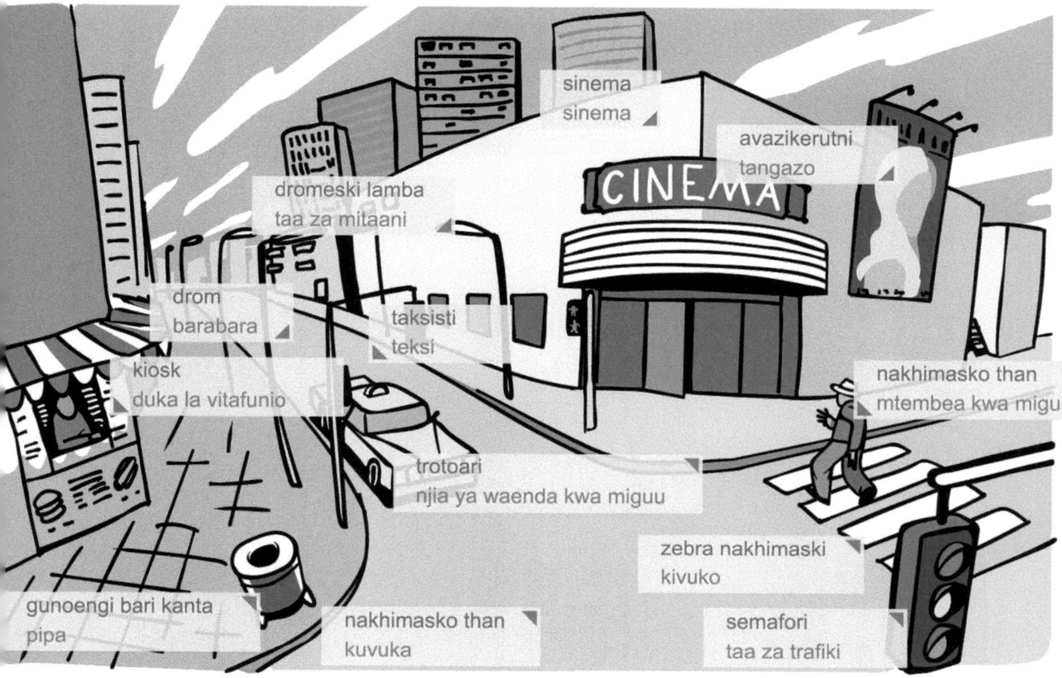

sinema
sinema

avazikerutni
tangazo

dromeski lamba
taa za mitaani

CINEMA

drom
barabara

taksisti
teksi

kiosk
duka la vitafunio

nakhimasko than
mtembea kwa miguu

trotoari
njia ya waenda kwa miguu

zebra nakhimaski
kivuko

gunoengi bari kanta
pipa

nakhimasko than
kuvuka

semafori
taa za trafiki

koliba
....
kibanda

apartmani
....
gorofa

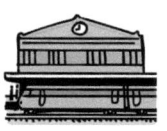

pampurengo stasioni
....
kituo cha treni

dizyaki sala
....
ukumbi wa mji

muzeji
....
Makavazi

škola
....
shule

univerziteto

chuo kikuu

banka

benki

hospitalo

hospitali

hoteli

hoteli

apoteka

duka la dawa

ofiso

ofisi

lil bikinimasko than

duka la kitabu

dukyano

duka

lulugengo bikinutno

duka la maua

supermarket

dukakuu

kurko

soko

baro bikinimasko kher

idara ya kuhifadhi

mačhengo astarutno

mwuza samaki

kinimasko centro

kituo cha ununuzi

vaporengo ačhovimasko than

bandari

parko

Hifadhi

klupa

benki

purt

daraja

merdevenya

vidato

metro stasioni

chini ya ardhi

tuneli

handaki

autobuseski adžikerin

kituo cha mabasi

bar

bar

restorani

mgahawa

poštako mohto

sanduku la posta

dromesko išareti

ishara ya barabara

parking than

mita ya maegesho

zoo

bustani ya wanyama

nangyovimasko bazeni

kidimbwi cha kuogelea

džamiya

msikiti

farma
shamba

melalipe
uchafuzi

limorengo than
makaburini

khangeri
kanisa

khelimasko than
uwanja wa michezo

hramo
hekalu

pejzaži
mazingira

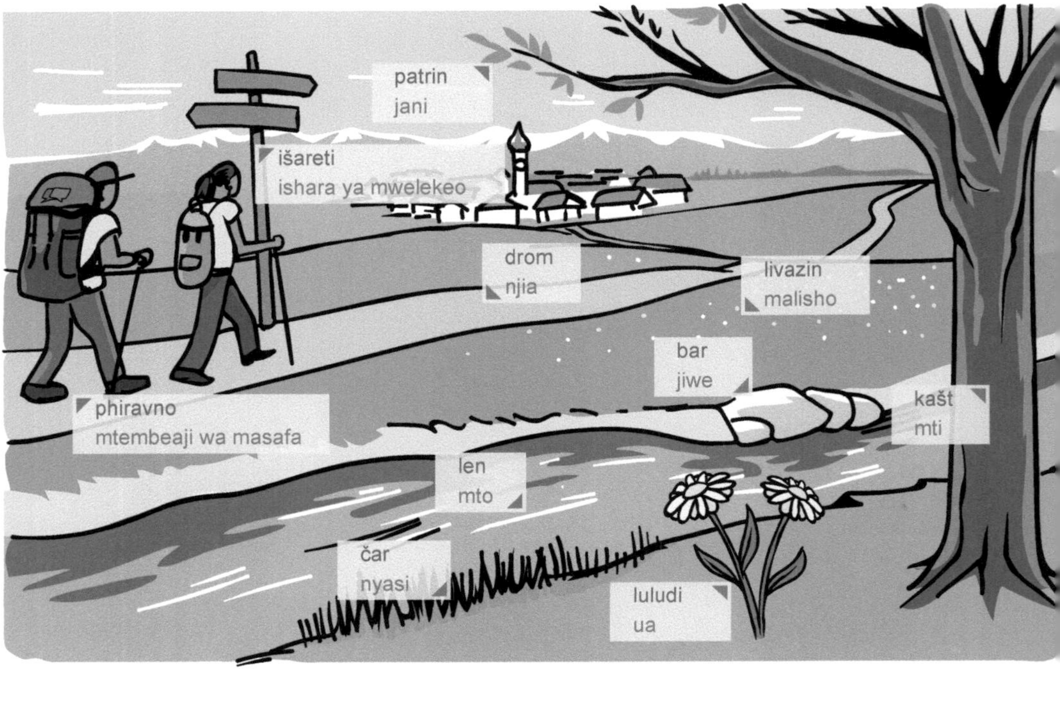

patrin
jani

išareti
ishara ya mwelekeo

drom
njia

livazin
malisho

bar
jiwe

phiravno
mtembeaji wa masafa

kašt
mti

len
mto

čar
nyasi

luludi
ua

harno than

bonde

bairi

kilima

devrijal

ziwa

veš

msitu

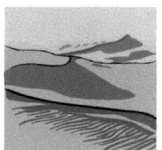

mulano than

jangwa

vulkano

volkano

saraji

ngome

renkali badalin

upinde wa mvua

gaba

uyoga

palma kašt

mtende

sivrija

mbu

mak

kuruka

karandža

chungu

birumni

nyuki

pauko

buibui

buba

mende

žamba

chura

ververica

kuchakuro

kanzauri

nungunungu

šošoj

sungura

buf

bundi

pakšin

ndege

lebedi

swan

bali

nguruwe mwitu

eleno

kulungu

eleno

aina ya kongoni

pani garavin

bwawa

bavlalaki turbina

tabo ya upepo

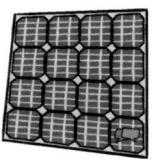

solarno paneli

nishaji ya jua

klima

hali ya hewa

restorani
mgahawa

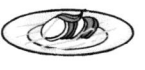

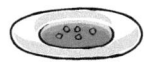

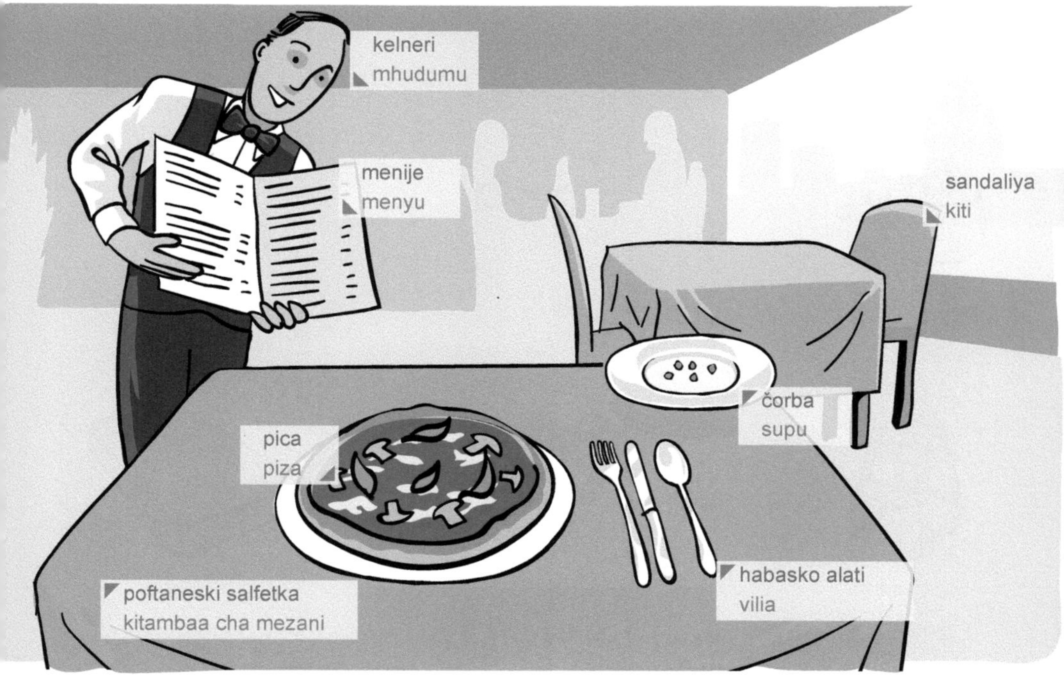
kelneri
mhudumu
menije
menyu
sandaliya
kiti
čorba
supu
pica
piza
poftaneski salfetka
kitambaa cha mezani
habasko alati
vilia

avgo habe
kiamsha hamu

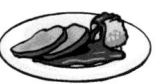

šerutno habe
kozi kuu

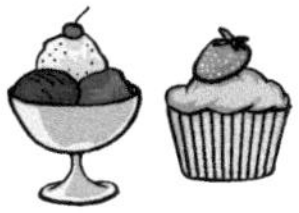

gudlimata
kitindamlo

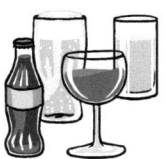

piiba
vinywaji

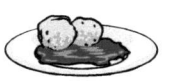

habe
chakula

šiša
chupa

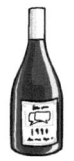

fast food

chakula cha haraka

sokakongo habe

Streetfood

čajniko

buli

šekereskoro čaroro

kisanduku cha sukari

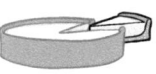

porcia

sehemu

makina vaš espresso

mashine ya espresso

uči sandaliya

kiti kirefu

esapi

muswada

apladiya

trei

čhuri

kisu

vilyuška

uma

roj

kijiko

čajeski roj

kijiko cha chai

salfetka

nepi

tahtai

glasi

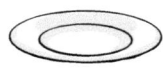

čaro

sahani

čaro čorbake

sahani ya supu

hor čaro

sufuria

sosi

mchuzi

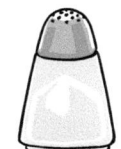

londesko čaroro

kichanyaji chumvi

kale biberesko pišlo

kinu cha pilipili

šut

siki

zejtini

mafuta

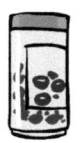

začinia

viungo

kečap

kechapu

senf

haradali

majonezi

kachumbari nzito

supermarket
dukakuu

specialno oferta
ofa maalum
FOR
mušteriya
mteja
thudeske butya
maziwa
emiši
matunda
vordonoro
toroli

BUTCHERS

kasapi

mchinjaji

BAKERY

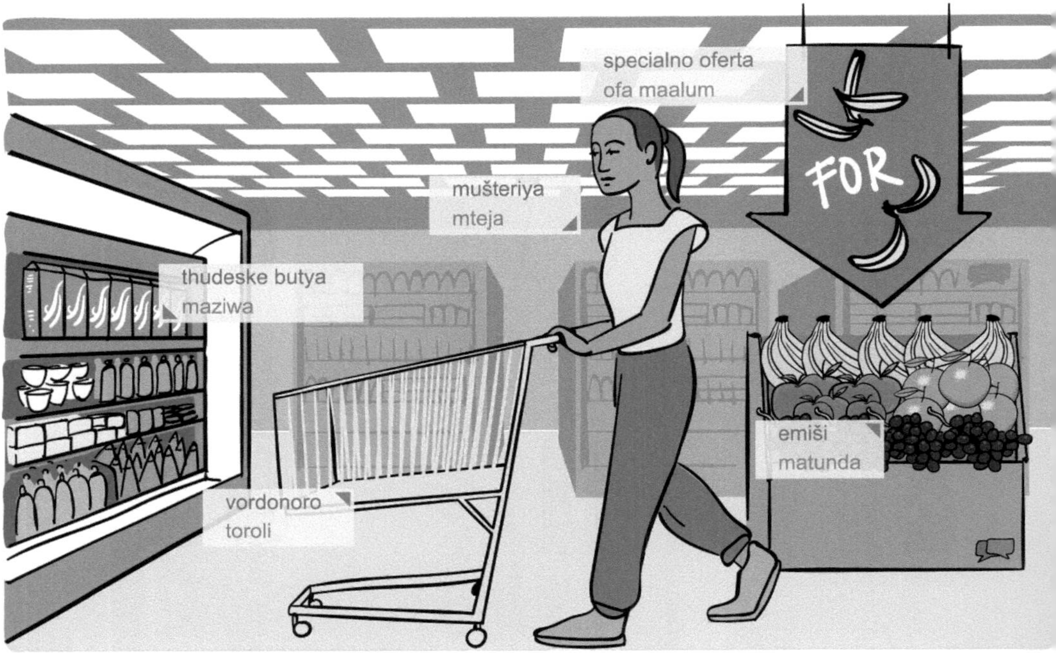

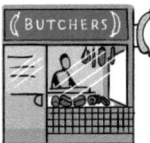

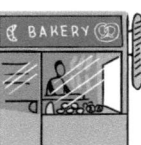

furuna

mwokaji

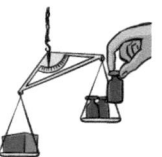

ladavipe

uzito

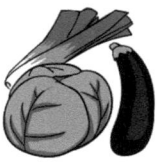

zarzavati

mboga

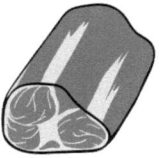

masesko rolati

nyama

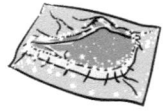

pahome habe

chakula waliohifadhiwa

šudro mas

vipande vya nyama baridi

konzerva

chakula cha kopo

thovimasko prašako

sabuni ya unga

gudlimata

pipi

khereske butya

bidhaa za kaya

užarimaske butya

bidhaa za kusafisha

bikinutno

mtu mauzo

kasapi

mpaka

kasieri

keshia

kinimaski patrin

orodha ya manunuzi

putarimaske satura

masaa ya ufunguzi

lovengi tašna

mkoba

kreditno kartica

kadi

gono

mfuko

plastikano gono

mfuko wa plastiki

pani
....
maji

džus
....
sharubati

thud
....
maziwa

kola
....
coke

mol
....
mvinyo

bira
....
bia

alkohol
....
pombe

kakao
....
kakao

čaj
....
chai

kafa
....
kahawa

espresso
....
spreso

cappuccino
....
kapuchino

banana
ndizi

phabaj
tufaha

portokali
machungwa

kavuni
tikiti

limoni
lemon

karota
karoti

sir
kitunguu saumu

bambusi
mianzi

purum
kitunguu

gaba
uyoga

akhora
karanga

humereske butya
nudo

špageti

spageti

rezo

mpunga

salata

saladi

čipsi

vibanzi

peke kompiria

viazi vya kukaanga

pica

piza

hamburger

hambaga

sendviči

sandwichi

kotleti

kipande

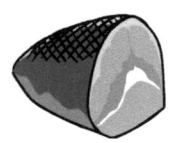

žamboni

paja la mnyama

salama

salami

goja

soseji

khajnako mas

kuku

peko

choma

mačho

samaki

popara

oats ya uji

musli

muesli

kornfleks

cornflakes

varo

unga

kroasani

kroisanti

masesko rolati

andazi

maro

mkate

tosti

mkate wa kubanika

biskotia

biskuti

puteri

siagi

urda

maziwa mgando

torta

keki

jaro

yai

peke jare

yai kukaanga

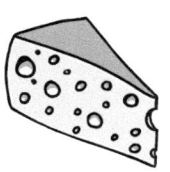

kiral

jibini

šudro gudlo

aiskrimu

šekeri

sukari

avgin

asali

džem

jemu

čokoladaki krema

kuenea kwa chokoleti

kari

mchuzi wa viungo

farma
shamba

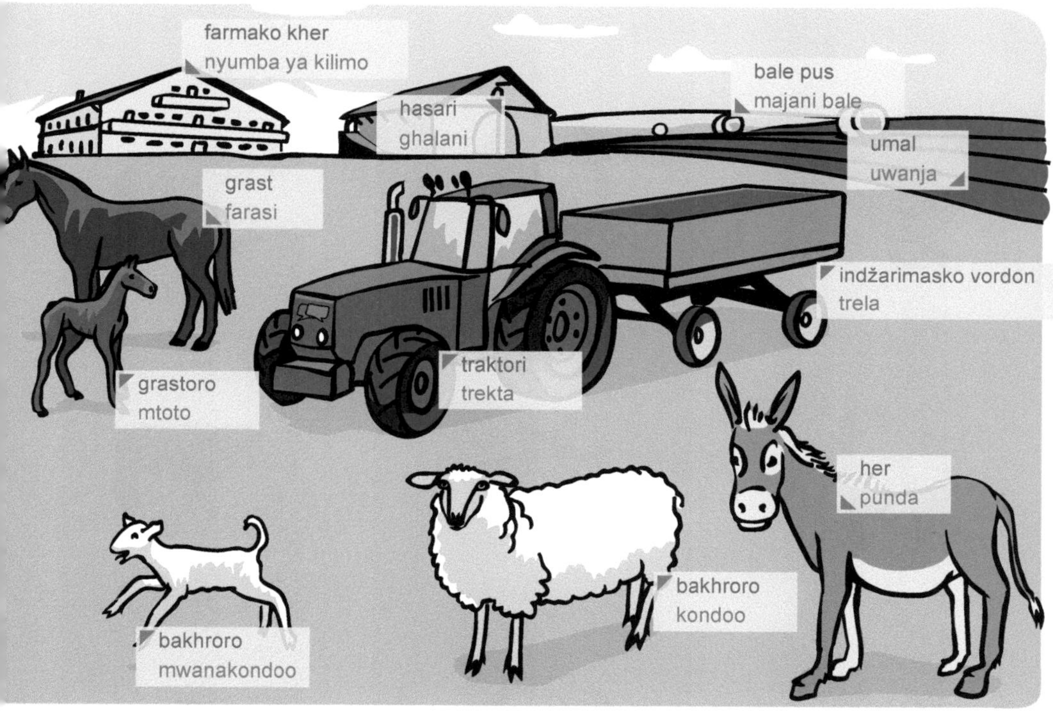
farmako kher
nyumba ya kilimo
hasari
ghalani
bale pus
majani bale
umal
uwanja
grast
farasi
indžarimasko vordon
trela
traktori
trekta
grastoro
mtoto
her
punda
bakhroro
kondoo
bakhroro
mwanakondoo

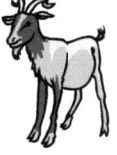

buzno

mbuzi

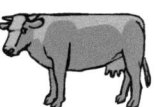

guruvni

ng'ombe

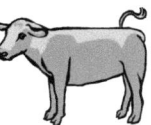

guruvoro

ndama

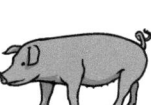

balo

nguruwe

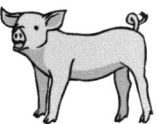

baloro

mwananguruwe

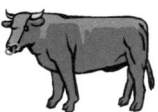

guruv

fahali

papin

batabukini

payka

bata

pilička

kifaranga

khayni

kuku

bašno

jogoo

baro germuso

panya

bilika

paka

germuso

panya

guruv

ng'ombe

džukel

mbwa

džukelesko kher

nyumba ya mbwa

žardina

bomba la bustani

panyarimaski kanta

debe la kumwagilia maji

aindžako kidimasko alati

fyekeo

plugo

kulima

srpo

mundu

motika

jembe

aindžaki vilyuška

uma wa nyasi

tover

shoka

vordonoro phiravutno

toroli

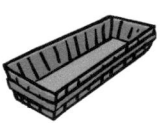

balani

kupitia nyimbo

thudeski šiša

chombo cha maziwa

harari

gunia

trujalutni

ua

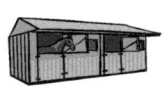

jahri

imara

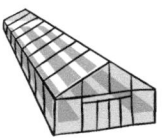

haryalo kher

chafu

phuv

udongo

seme

mbegu

gyubre

mbolea

aindžako kidipe

kivunaji

farma - shamba

kidibe aindž

mavuno

harmani

mavuno

phuvaki phabaj

viazi vikuu

giv

ngano

soja

soya

kompiri

viazi

mumuruzi

mahindi

šarlagani

rapa

emišengo kašt

mti wa matunda

Kasava

muhogo

giveskere javinlukoja

nafaka

kher

nyumba

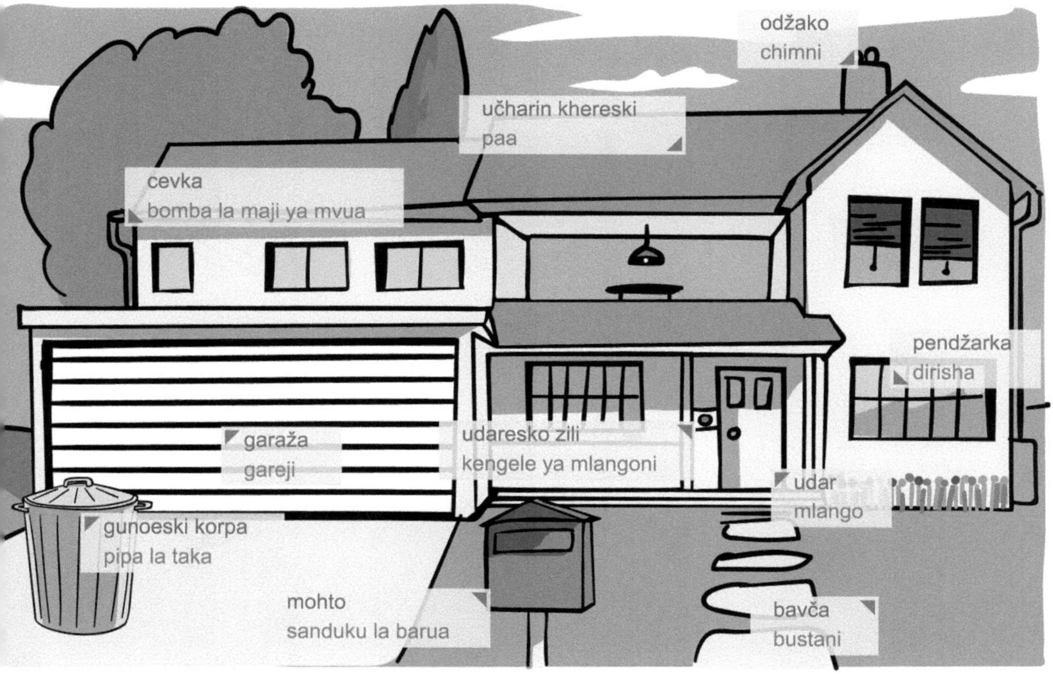

odžako
chimni
učharin khereski
paa
cevka
bomba la maji ya mvua
pendžarka
dirisha
garaža
gareji
udaresko zili
kengele ya mlangoni
udar
mlango
gunoeski korpa
pipa la taka
mohto
sanduku la barua
bavča
bustani

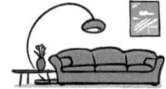

bešimaski kamara

sebuleni

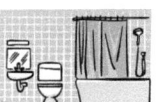

banya

bafu

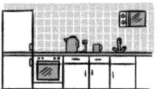

kujna

jikoni

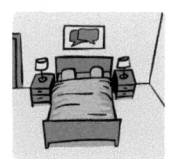

sovimasko than

chumba cha kulala

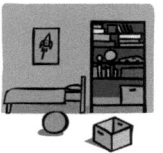

čhavengi kamara

chumba ya mtoto

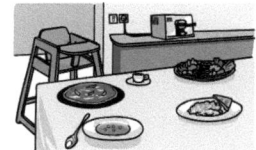

than hajbaske rakjako habe

chumba cha kulia

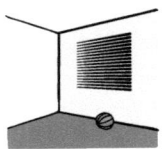

kati
sakafu

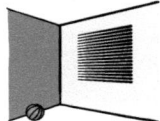

duvari
ukuta

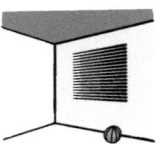

tavano
dari

špajzi
pishi

sauna
sauna

terasa
roshani

terasa
mtaro

bazeni
kidimbwi

čar harnyarimaski makina
mashine ya kukata nyasi

patrin
karatasi

čaršafia
kitambaa cha kupamba
kitanda

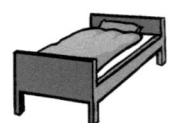

kreveto
kitanda

šulavni
ufagio

korpa
ndoo

elektrikani phabarin
kubadili

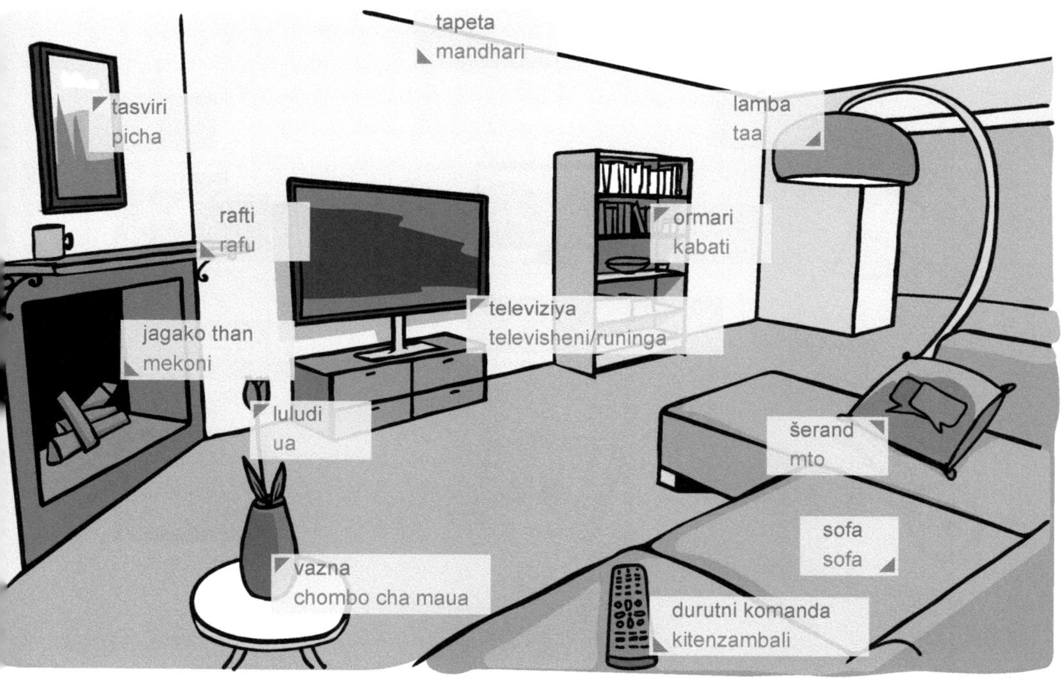

tapeta
mandhari

tasviri
picha

lamba
taa

rafti
rafu

ormari
kabati

jagako than
mekoni

televiziya
televisheni/runinga

luludi
ua

šerand
mto

sofa
sofa

vazna
chombo cha maua

durutni komanda
kitenzambali

kilimi
zulia

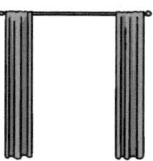

perde
pazia

masa
meza

sandaliya
kiti

kunajka sandaliya
kiti cha bembea

fotelya
armchair

lil
kitabu

kebe
blanketi

dekoraciya
mapambo

kašta phabarimaske
kuni

filmi
filamu

stereo ašunimaske butya
kifaa cha hi-fi

nahtari
ufunguo

gazeta
gazeti

frčaja bojakeribe
uchoraji

posteri
bango

radio
redio

hramovimasko bloko
daftari

elektrikani šulavni
kifyonza

kaktusi
dungusi kakati

momoli
mshumaa

kujna
jikoni

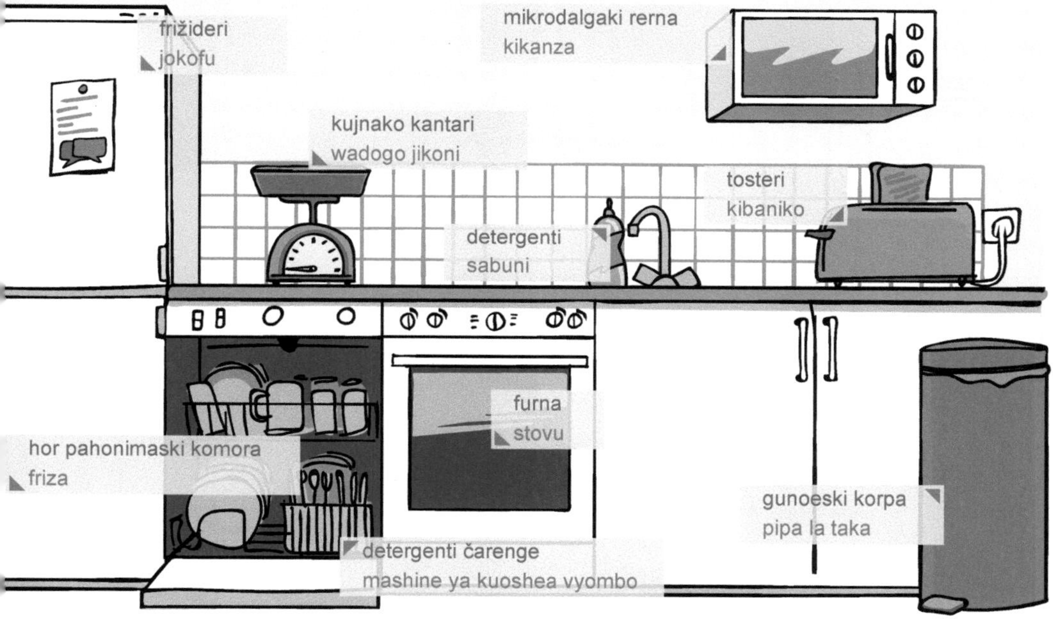

frižideri
jokofu
mikrodalgaki rerna
kikanza
kujnako kantari
wadogo jikoni
tosteri
kibaniko
detergenti
sabuni
furna
stovu
hor pahonimaski komora
friza
gunoeski korpa
pipa la taka
detergenti čarenge
mashine ya kuoshea vyombo

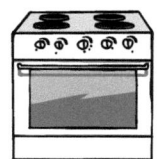

keravimasko than

jiko la kupika

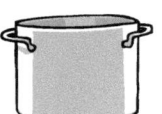

čaro

chungu

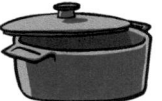

sastrnali tendžera

sufuria ya chuma

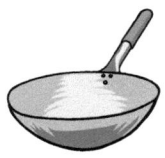

vok cihani

wok / kadai

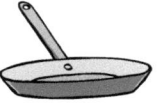

tava

kaango

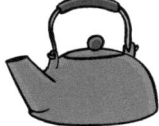

elektrikano bokali

birika

tendžera ki para
stima

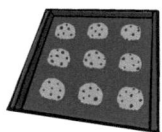

tepsija
sinia ya kuoka

čare
vyombo vya udongo

bareder fildžano
kombe

čaro
bakuli

kinakere habaskere kaštore
vijiti vya kulia

fioka
ukawa

špatula
mwiko mpana

vastesko mikseri
burashi

cedimasko čaro
kichujio

porizen
chujio

rende
mbuzi

avano
chokaa

skara
barbeque

puteribe jag
moto wazi

čhinimaski tabla

ubao wa majaribio

oklagia

kijiti cha kusukuma unga

puterimasko alati

kizibuo

konzerva

kopo

konzervako puterutno

inaweza kopo

čaresko ikerutno

kishikio cha chungu

lavabo

karo

frča

brashi

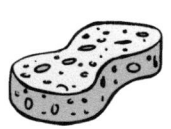

sungeri

sifongo

mikseri

kisagaji matunda

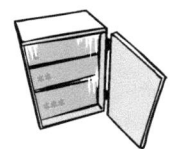

hor pahonimasko frižideri

friji ya kina

bebeski šiša

chupa ya mtoto

češma

bomba

tuširibe
mfereji wa kuogea

tataripe
joto

peškiri
taulo

tuširimaski perda
pazia la kuogea

nanyovibe sapuneske balonencar
maji ya kuoga yenye povu

kada nanyovimaske
hodhi

tahtai
glasi

makina thovimaske šeja
mashine ya kuosha

češma
bomba

pločke
vigae

turako
poti

lavabo
karo

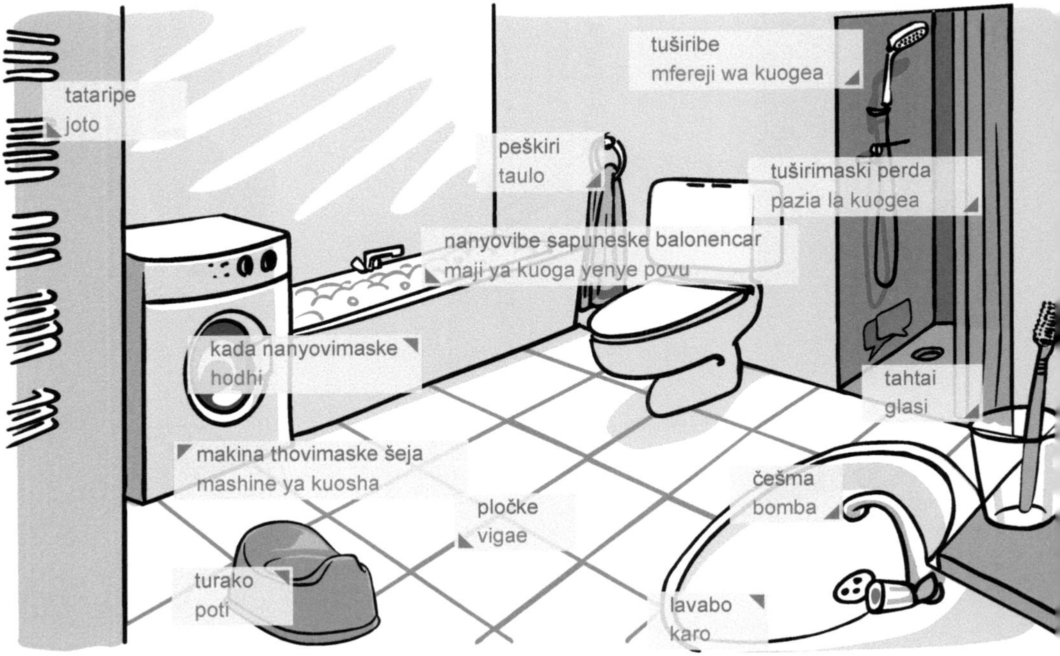

toaleti
choo

toaleti bešimasa ko pundre
choo cha squat

bide
beseni la mviringo

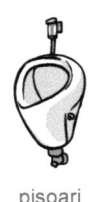

pisoari
choo cha umma

toaletesko lil
shashi

frča toaleteske
brashi ya choo

danda thovimaski frča

mswaki

danda thovimaski krema

dawa ya meno

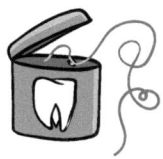

dandesko thav

dawa ya meno

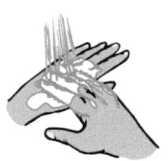

thovibe danda

safisha

vasteskoro tuši

kuoga mkono

tuši

msukumo wa maji

lavabo

bonde

dumeski frča

mpako wa pili

sapuni

sabuni

tуširimasko geli

jeli ya kuogea

šamponi

shampuu

flanela

flana

kada ćidimaske pani

toa maji

krema

krimu

dezodoransi

kiondoa harufu

ajna

kioo

vasteski ajna

kioo mkono

žileti moravimaske

kinyozi

moravimaski pena

povu la kunyoa

palal muravimaski krema

baada ya kunyoa

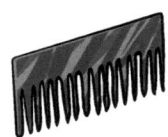

kanglik

kichana

frča

brashi

feni balenge

kikausha nywele

sprej balenge

marashi ya nyewele

šminka

vipodozi

karmini

kidomwa

oja najenge

varnish ya msumari

pamuko pošom

pamba

kata najenge

mkasi wa kucha

parfemi

manukato

gono thovimaske

mkoba wa kuosha

sandaliya

kinyesi

tereziya

mizani

bademantili

nguo ya kuoga

gumena kalcunya

glavu za mpira

tamponi

kisodo

toaletno lil

sodo

hemikano toaleti

kemikali choo

čhavengi kamara
chumba ya mtoto

alarmesko sato
saa ya kengele
mangli khelutni
kidoli cha kupakata
vordonora khelimaske
gari bandia
tropalka
kelele
bebedžikongo kher
chumba cha midoli
bakšiši
sasa

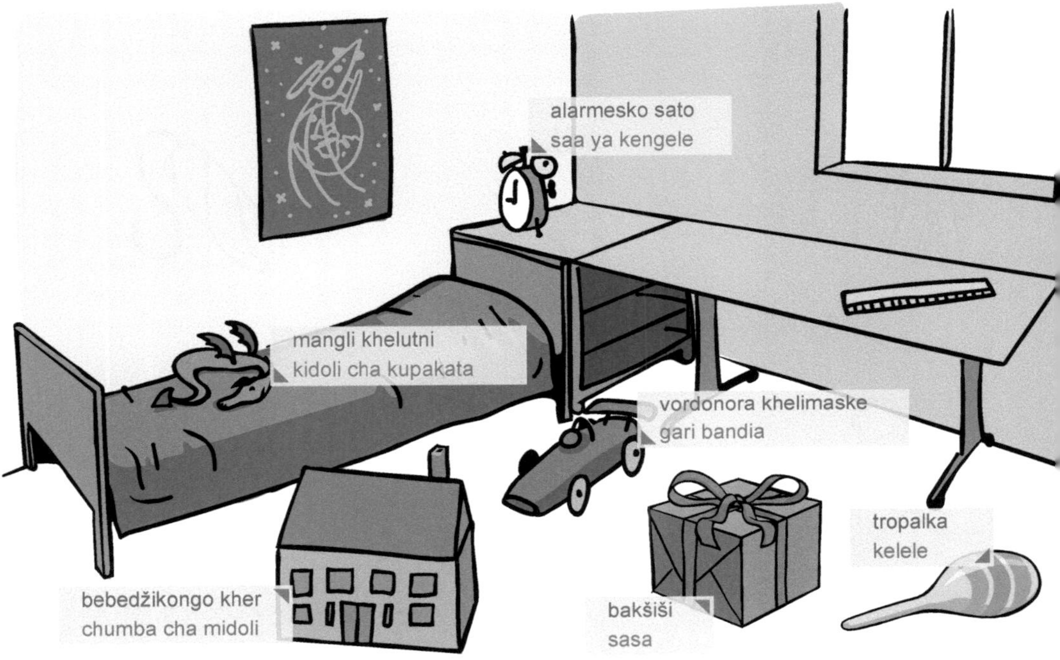

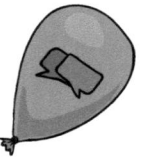

baloni

baluni

kreveto

kitanda

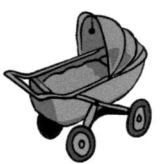

bebengo vordon

mashua

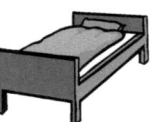

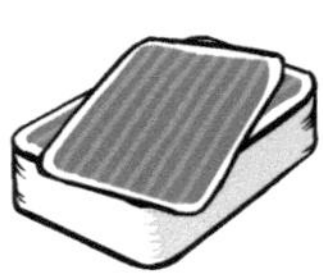

špili karte

staha ya kadi

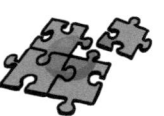

ker-rumin khelin

mchezo-fumb

SUPER
MEGA

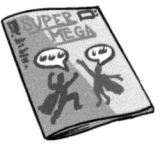

komikano lil

vichekesho

lego kocke

matofali lego

kocke khelimaske

vitalu mwigo

akciaki figura

hatua takwimu

bodi bebeske

suti ya kulalia

frizbi

kisahani

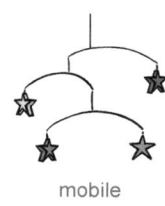

mobile

simu

masa khelimaske

ubao wa michezo

zari

kete

pampuri khelimaske

garimoshi mwigo

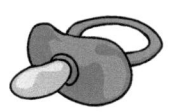

cucla

dummy

bahlana

chama

tasvirengo lil

picha kitabu

topka

mpira

bebedžiko

kikaragosi

khelibe

kucheza

pošikako than

shimo la mchanga

kuna

bembea

khelimaske butya

vitu bandia

konzola video khelimaske

kiweko cha video ya mchezo

triciklo

baiskeli ya magurudumu

poftaneski ričini

mwanasesere

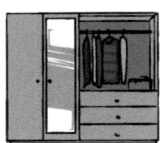

garderoba

kabati

matatu

kalcunya

soksi

khuvde kalcunya

stokingi

hulahopke

kibano

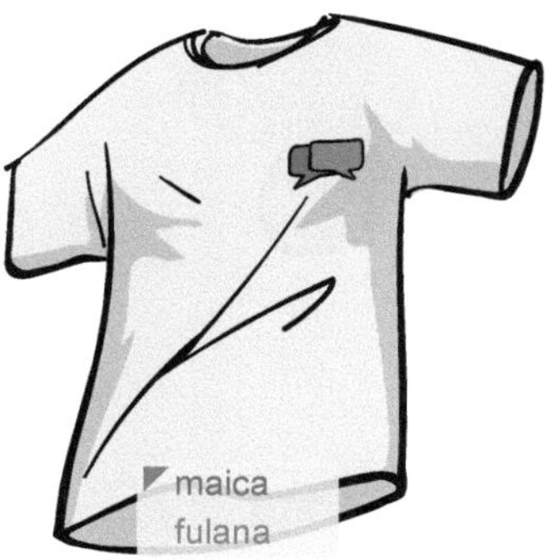

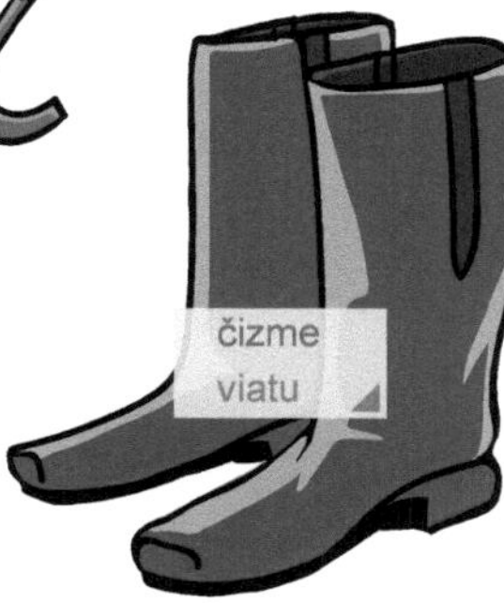

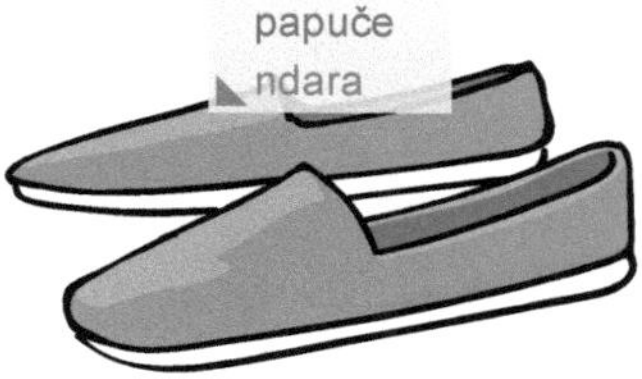

momija
skafu

kaiši
ukanda

čadori
mwavuli

maica
fulana

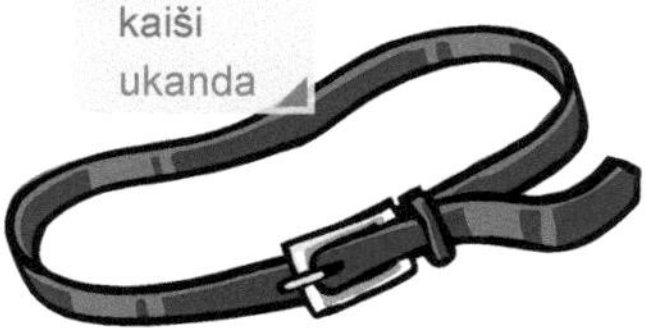

čizme
viatu

papuče
ndara

trenerke
wakufunzi

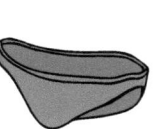

sandale
malapa

menije
viatu

gumena čizme
mabuti ya mpira

sostenya
suruali ya ndani

eleko
sidiria

jeleko
fulana

bodi

mwili

pantalonya

suruali

farmerke

dangirizi

suknya

sketi

bluza

blauzi

gat

shati

puloveri

vuta

dukseri

sweta

harno kaputi

bleza

džeketi

jaketi

kaputi

koti

biršimdesko mantili

koti la mvua

kostimi

maleba

fustano

gauni

prandinako fustano

mavazi ya harusi

kostumi
suti

rakjako fustano
vazi la usiku

pižame
pajama

sari
sari

momija šereske
skafu

turbani
kilemba

burka
burka

kaftani
kaftan

abaya
abaya

nangyovimaske šeja
vazi la kuogelea

buxle pantolonya
vazi la kiume la kuogelea

harne pantolonya
kaptura

sporteske trenerke
teitei

kecelya
aproni

vasteske kalcunya
glavu

kopča

kifungo

gjuzlukya

glasi

belegziya

bangili

mirikle

mkufu

angrustik

pete

čeni

herini

stadik

kofia

kaputeski čiviya

kiango cha koti

stadik

kofia

kravata

tai

patenti

zipu

kaciga

kofia

dandenge proteze

kanda za suruali

školaki uniforma

sare za shule

uniforma

sare

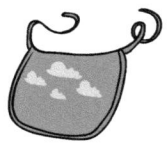

ligarka

bibu

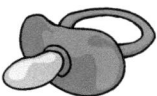

cucla

dummy

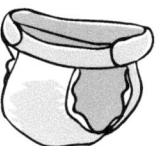

pherno

nepi

ofiso
ofisi

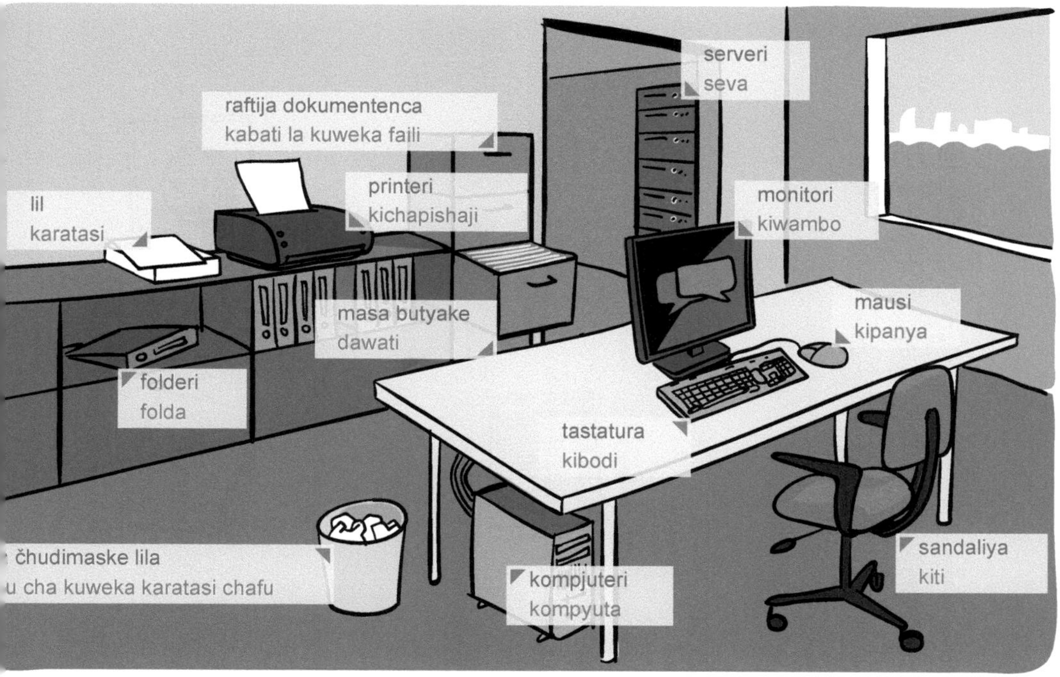

serveri
seva
raftija dokumentenca
kabati la kuweka faili
printeri
kichapishaji
lil
karatasi
monitori
kiwambo
masa butyake
dawati
mausi
kipanya
folderi
folda
tastatura
kibodi
čhudimaske lila
u cha kuweka karatasi chafu
sandaliya
kiti
kompjuteri
kompyuta

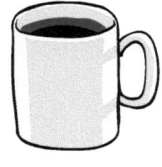

fildžano kafake

kmobe la kahawa

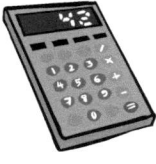

kalkulatori

kikokotoo

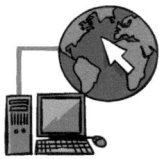

internet

biashara

laptop
....
mbali

lil
....
barua

mesaži
....
ujumbe

mobilno telefono
....
rununu

netvorko
....
intaneti

kopirimaski makina
....
fotokopia

softveri
....
programu

telefono
....
simu

štekeri
....
soketi

faks makina
....
kipepesi

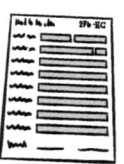

formulari
....
fomu

dokumento
....
hati

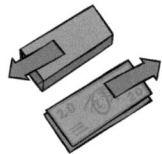

kinibe

kununua

pokinibe

kulipa

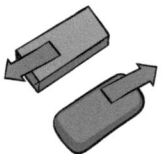

kino-bikinibe

biashara

love

fedha

 USD

dolari

dola

 EUR

euro

yuro

 JPY

jeni

yeni

 RUB

rublya

rouble

 CHF

švajcariako franko

faranga ya Uswisi

 CNY

renminbi juan

renminbi yuan

 INR

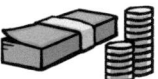

rupija

rupia

lovengo automati

eneo la kulipia

biro baši devize

ofisi ya ubadilishanaji

somnakaj

dhahabu

rup

fedha

petroli

mafuta

energia

nishati

fiyati

bei

kontrakto

mkataba

taksa

kodi

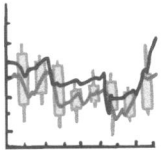

berzaki akcija

bidhaa

butikeribe

kazi

butyarno

mfanyakazi

butyako dendutno

mwajiri

fabrika

kiwanda

dukyano

duka

profesie
kazi

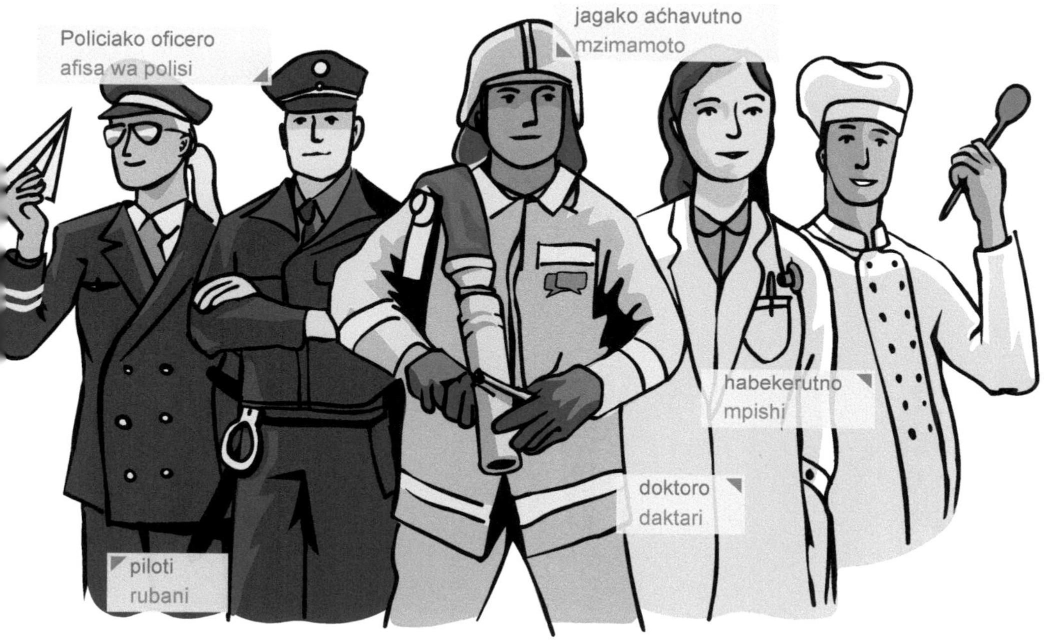
Policiako oficero
afisa wa polisi
jagako aćhavutno
mzimamoto
habekerutno
mpishi
doktoro
daktari
piloti
rubani

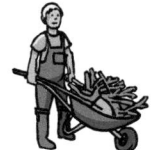

bavčako butyarno

mtunza bustani

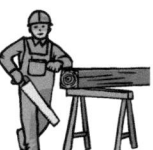

tišleri

seremala

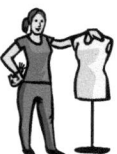

šnajderka

mshonaji

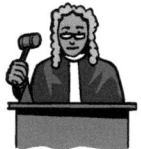

krisuno

hakimu

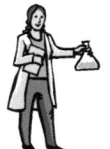

hemičari

mwanakemia

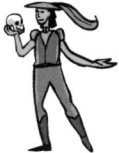

akteri

muigizaji

autobusesko šoferi

dereva wa basi

taksisti

dereva wa teksi

mačhengo astarutno

mvuvi

užarutni

mwanamke wa kusafisha

učharinengo kerutno

mwezekaji

kelneri

mhudumu

avdžija

mwindaji

tasvirkerutno

mchoraji

furnadžia

mwokaji

elektrikako phirno

umeme

tamirutno

mjenzi

inžinjeri

mhandisi

kasapi

mchinjaji

panjesko butyarno

fundi bomba

poštari

mwanaposta

askeri

mwanajeshi

arhitekto

msanifu majengo

kasieri

keshia

luludyari

muuza maua

frizeri

msusi

kondukteri

kondakta

mekanisti

mekanika

kapetani

nahodha

dandengo saslyarno

daktari wa meno

vigjanalo manuš

mwanasayansi

rabini

rabbi

imami

imamu

rašaj

mtawa

rašaj

kasisi

alatia
zana

čekiči
nyundo
silavja
koleo
šrafcigeri
bisibisi
mekanikane nahtaria
spana
fakeli
kurunzi

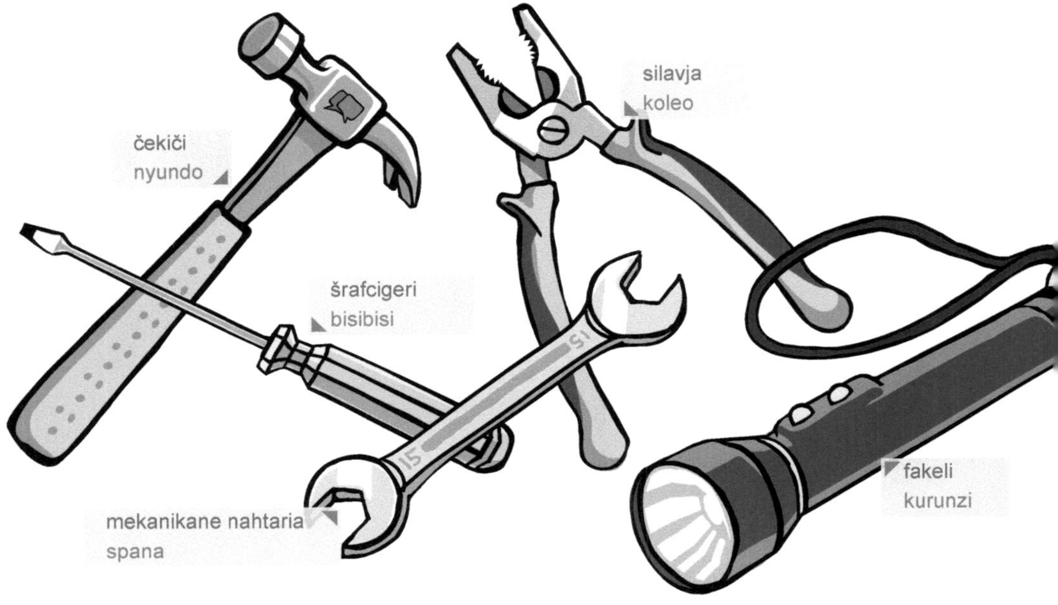

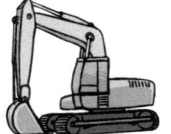

hrandimasko alati

mchimbaji

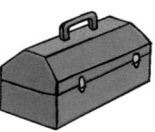

alateski kutia

sanduku la vifaa

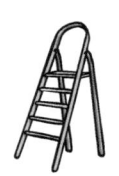

merdeveni

ngazi

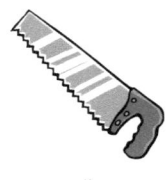

pila

msumeno

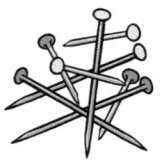

karfa

misumari

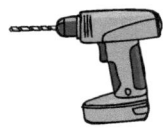

posavin

kuchimba visima

lačharkeribe

kukarabati

lopata

sepetu

Naleti!

Lo!

vatrali

kishikio cha uchafu

lonco bojimaske

chungu cha rangi

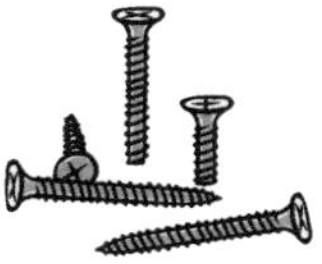

šrafja

skurubu

muzikane instrumentia

ala za muziki

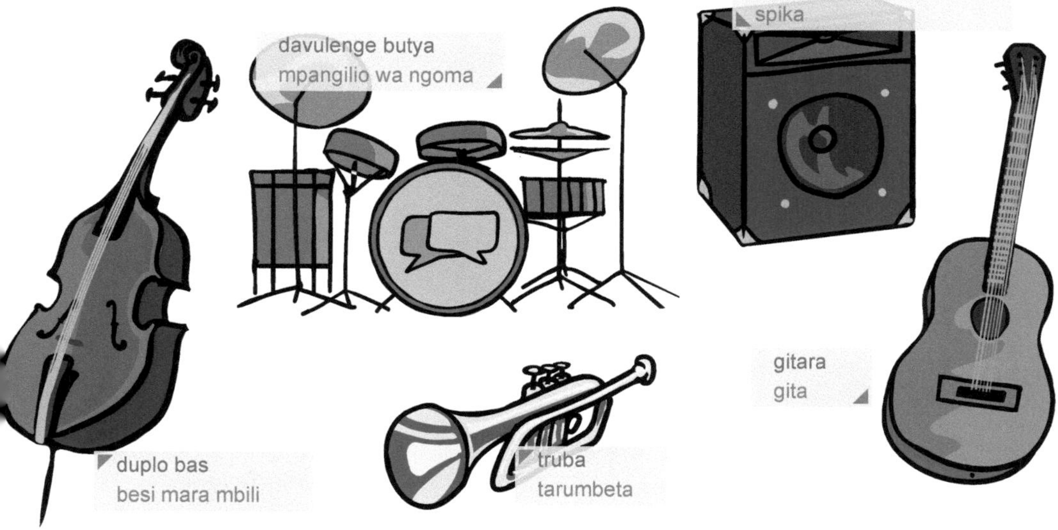

davulenge butya
mpangilio wa ngoma

bare avazesko šunutno
spika

gitara
gita

duplo bas
besi mara mbili

truba
tarumbeta

piano

piano

kemana

fidla

bas

ubeji

timpani

timpani

davulia

ngoma

sintisajzeri

kibodi

saksafoni

saksafoni

flejta

filimbi

mikrofoni

maikrofoni

bustani ya wanyama

khuvin
lango la kuingia

tigari
simbamarara

kafezi
ngome

zebra nakhimaski
pundamilia

hajvanengo parvaripe
chakula cha mifugo

panda
panda

hajvania

wanyama

elefanti

tembo

kenguri

kangaruu

rino

kifaru

gorila

sokwe

ričini

dubu

kamila

ngamia

ostriga

mbuni

aslani

simba

majmuni

tumbili

flamingo

heroe

papagali

kasuku

polarno ričini

dubu

pingvini

penguini

ajkula

papa

pauno

tausi

sap

nyoka

krokodilo

mamba

zoo arakhutno

mtunza wanyama

foka

muhuri

jaguari

jaguar

poni

mwanafarasi

leopardi

chui

hipo

kiboko

žirafa

twiga

zorale kandžengi paškin

tai

bali

nguruwe mwitu

mačho

samaki

želka

kobe

morži

sili

lumri

mbweha

gazela

paa

zoo - bustani ya wanyama

Amerikako fudbali
soka ya marekani

biciklizmo
uendeshaji baiskeli

tenis
tenisi

basketboli
mpira wa kikapu

nangjovibe
kuogelea

boksi
ndondi

hokej ko paho
magongo ya barafuni

fudbali
soka

badmington
vinyoya

atletika
riadha

vasteskoboli
mpira wa mikono

skiibe
skii

polo
polo

asaibe
cheka

hutibe
kuruka

deibe angali
kumbatia

phiribe
kutembea

giljavibe
kuimba

dikhibe suno
ota ndoto

azirikeribe
kuomba

čumíbe
busu

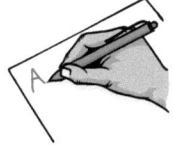

hramovibe

kuandika

čitribe

kuteka

sikavibe

angalia

cidljaribe

sukuma

deibe

kutoa

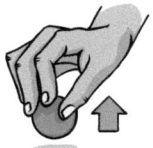

leibe

kuchukua

isibe

kuwa

keribe

fanya

te ovel

kuwa

tergyovibe

kusimama

prastaibe

kukimbia

cidibe

vuta

čhudibe

kutupa

peribe

kuanguka

hovavibe

hadaa

adžikeribe

kusubiri

phiravibe

kubeba

bešibe

kukaa

urjavibe

vaa nguo

sovibe

usingizi

džangavibe

kuamka

dikhibe ko
kuangalia

rovibe
lia

čalavibe
kiharusi

uhlavibr
chana nywele

vakeribe
ongea

haljovibe
kuelewa

puč
kuuliza

šunibe
kusikiliza

piibe
kunywa

habe
kula

užaribe
nadhifisha

kamibe
upendo

keribe habe
mpishi

paldibe vordon
gari

urjalibe
kuruka

vaporea džaibe

meli

kalkulirin

kokotoa

drabaribe

kusoma

sikljovibe

kujifunza

butikeribe

kazi

prandibe

kuoa

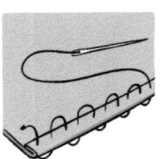

suvibe

kushona

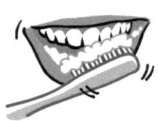

thovibe danda

piga mswaki

mudaribe

kuua

piibe dahani

moshi

bičhalibe

kutuma

mami
bibi

papu
babu

dat
baba

daj
mama

bebe
mtoto

čhaj
binti

čhavo
bin

misafiri

mgeni

bibi

shangazi

kako

mjomba

phral

kaka

phen

dada

trupo
mwili

čekat
paji la uso
jakh
jicho
piko
bega
naj
kidole
muj
uso
vilica
kidevu
vast
mkono
pundro
mguu
čuči
matiti
musik
mkono

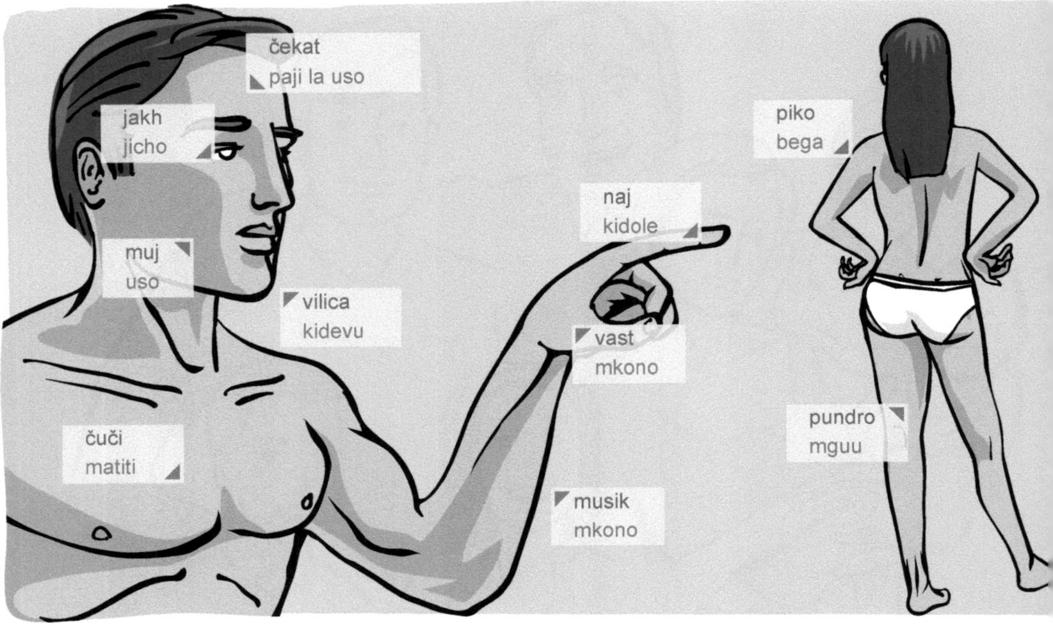

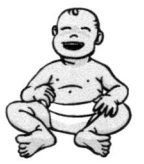

bebe

mtoto

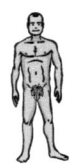

murš

mwanamume

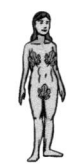

džuvli

mwanamke

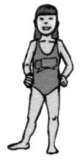

čhaj

msichana

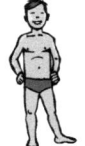

ćhavo

mvulana

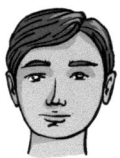

šero

kichwa

dumo
nyuma

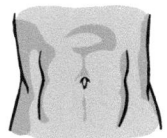

maškar
tumbo

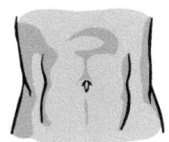

pupko
kitovu

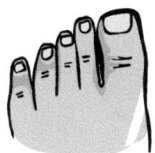

pundrenge naja
chano

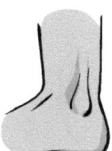

patum
kisigino

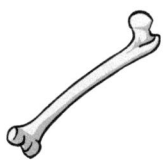

kokalo
mfupa

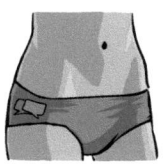

kuko
nyonga

koč
goti

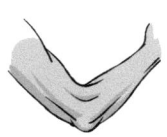

lahci
kiwiko

nakh
pua

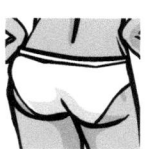

bul
chini

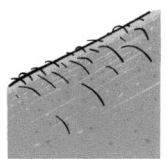

mortik
ngozi

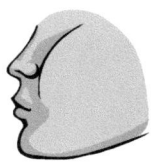

čham
shavu

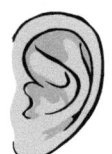

kan
sikio

voš
mdomo

trupo - mwili

muj

kinywa

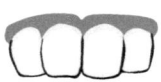

danda

jino

ćhib

ulimi

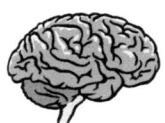

godi

ubongo

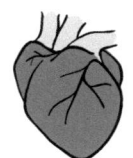

vilo

moyo

muskulo

misuli

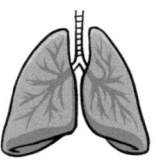

kolin

pafu

buko

ini

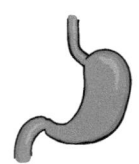

vogi

tumbo

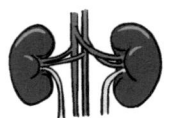

bubrekora

figo

seks

jinsia

kondomi

kondomu

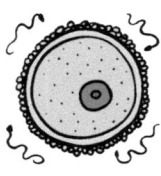

yarengi kletka

ovari

sperma

shahawa

khamnipe

mimba

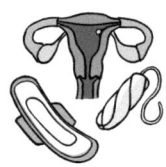

menstruaciya
hedhi

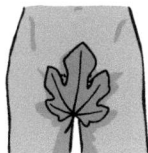

vagina
uke

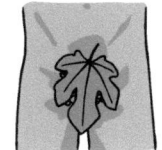

penis
uume

phov
unyusi

bala
nywele

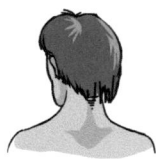

men
shingo

hospitalo
hospitali

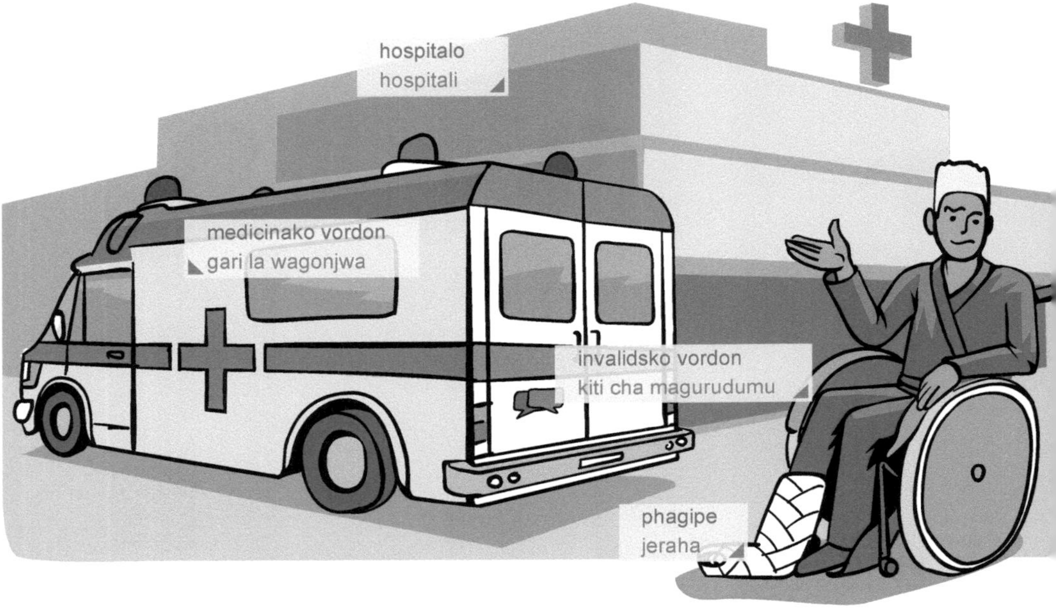

hospitalo
hospitali
medicinako vordon
gari la wagonjwa
invalidsko vordon
kiti cha magurudumu
phagipe
jeraha

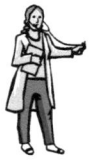

doktoro
daktari

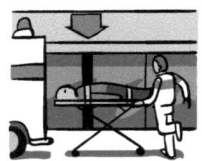

sigyarimaski kamara
chumba cha dharura

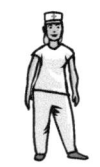

medicinaki phen
muuguzi

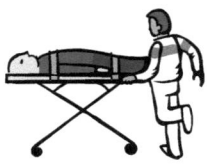

sigyaripen
dharura

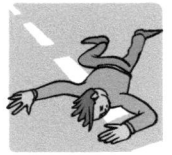

ki koma
kupoteza fahamu

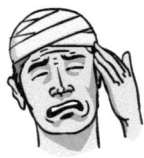

dukh
maumivu

dukhavipen

kuumia

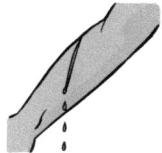

ratvaripe

kutokwa na damu

infrakto

mshtuko wa moyo

šlog

kiharusi

alergiya

mzio

khuinibe

kikohozi

tinanipe

homa

gripa

mafua

diyarea

kuharisha

šereski dukh

maumivu ya kichwa

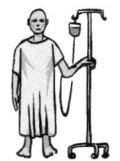

kanceri

kansa

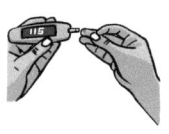

diyabetes

ugonjwa wa kisukari

operaciya

daktari mpasuaji

skalperi

kisu kidogo cha kupasulia

operaciya

operesheni

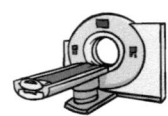

CT

picha changanufu ya mwili

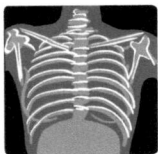

rentgen

Eksrei

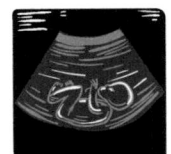

ultra avazo

mawimbi sauti

mujeski maska

barakoa ya uso

nasvalipe

ugonjwa

adžukyarimasko than

chumba cha kusubiri

paterica

mkongojo

flastero

plasta

phandimaski gaza

bendeji

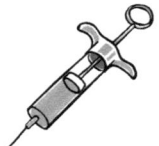

inyekciya

sindano

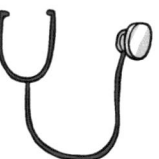

stetoskopo

stetoskopu

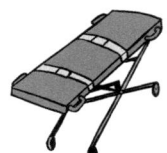

tregero

machela

klinicko termometro

kipimajoto cha kliniki

biyanipe

kuzaliwa

baro thulipe

unene kupita kiasi

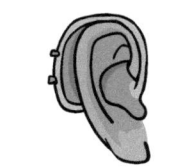

ašunimasko aparato

kusikia misaada

dezinfekciako

kipukusi

infekciya

maambukizi

viruso

virusi

HIV / SIDA

VVU / UKIMWI

medicina

dawa

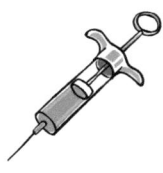

vakcinaciya

chanjo

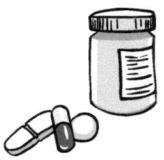

tabletura

vidonge

hapi

kidonge

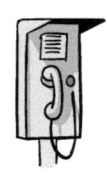

sigyarimasko akharipe

simu ya dharura

monitori vaš učo pretisak

haemodainamometa

nasvalo / sasto

mgonjwa / mwenye afya

Mažutisar!

Msaada!

alarmo

kengele

atako

pigo

atako

shambulizi

dar buti

hatari

sigyarimasko iklyovipen

lango la dharura

Bari jag!

Moto!

mamuj jagako aparati

kizima moto

bibax

ajali

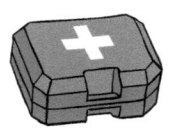

butya avgo ažutimaske

vifaa vya huduma ya
kwanza

SOS

wito wa msaada

Policia

polisi

Evropa

Ulaya

Utarali Amerika

Amerika ya Kaskazini

Purabali Amerika

Amerika ya Kusini

Afrika

Afrika

Azija

Asia

Australia

Australia

Atlantiko

Atlantiki

Pacifiko

Pasifiki

Indiako Okeano

Bahari ya Hindi

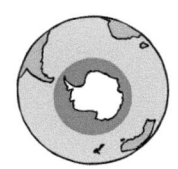

Antarktikosko Okeano

Bahari ya Antaktiki

Arktikosko Okeano

Bahari ya Aktiki

Utaralo poli

Ncha ya Kaskazini

Purabalo poli

Ncha ya Kusini

Antarktiko

Antaktika

phuv

dunia

phuv

nchi

samudra

bahari

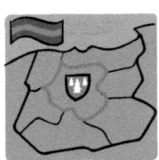

džaziri

kisiwa

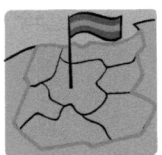

nacija

taifa

raštra

jimbo

saatosko gendo

uso wa saa

saatoski sikavni

akrabu ya saa

dakikongi sikavni

akrabu ya dakika

ekundarno saatoski sikavin

akrabu ya sekunde

Kozom si o saato?

Ni saa ngapi?

dive

siku

vrama

wakati

akana

sasa

digitalno saato

saa ya dijitali

dakika

dakika

časo

saa

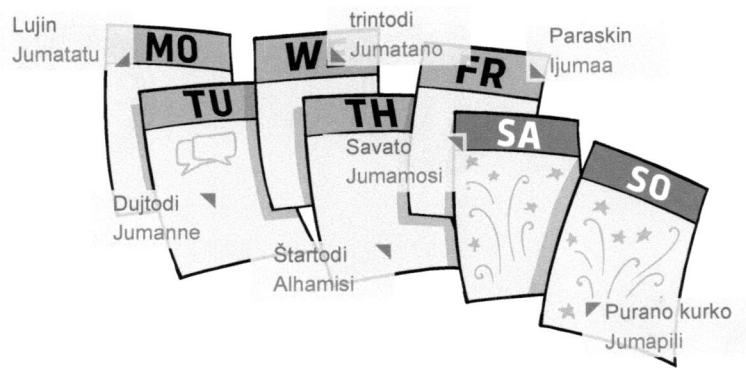

Lujin
Jumatatu

trintodi
Jumatano

Paraskin
Ijumaa

Dujtodi
Jumanne

Savato
Jumamosi

Štartodi
Alhamisi

Purano kurko
Jumapili

erati
jana

avdive
leo

tajsa
kesho

javin
asubuhi

ekvaš dive
saa sita mchana

blevel
jioni

MO	TU	WE	TH	FR	SA	SU
1	2	3	4	5	6	7
8	9	10	11	12	13	14
15	16	17	18	19	20	21
22	23	24	25	26	27	28
29	30	31	1	2	3	4

butyarne divesa
siku za biashara

MO	TU	WE	TH	FR	SA	SU
1	2	3	4	5	6	7
8	9	10	11	12	13	14
15	16	17	18	19	20	21
22	23	24	25	26	27	28
29	30	31	1	2	3	4

vikend
mwishoni mwa wiki

biršim
mvua

renkali badalin
upinde wa mvua

iv
theluji

bavlal
upepo

anglonilaj
majira ya machipuko

palonilaj
vuli

nilaj
kiangazi

ivend
majira ya baridi

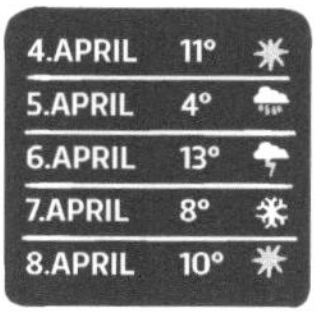

4.APRIL	11°	☀
5.APRIL	4°	☁
6.APRIL	13°	☁
7.APRIL	8°	☀
8.APRIL	10°	☀

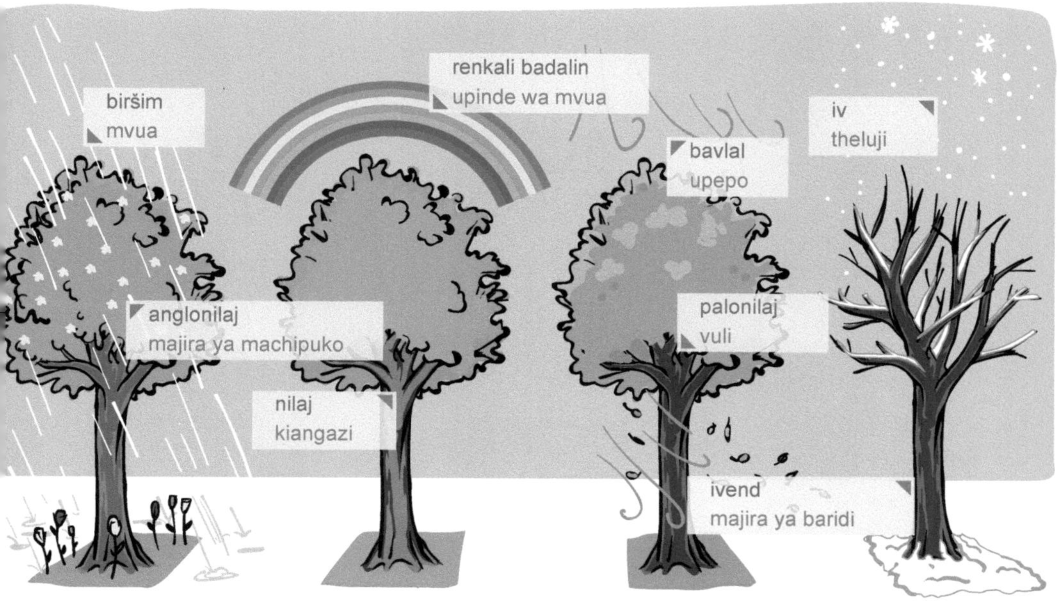

vramakoro vakeribe
utabiri wa hali ya hewa

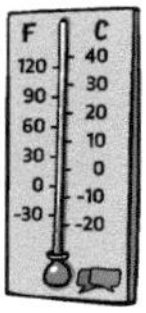

termometro
kipimajoto

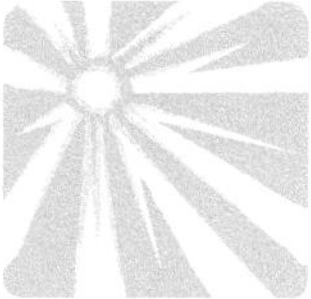

khamalo
mwanga wa jua

badal
wingu

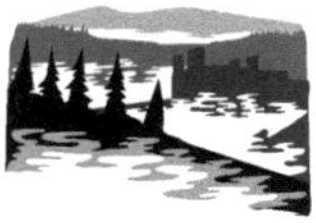

muhi
ukungu

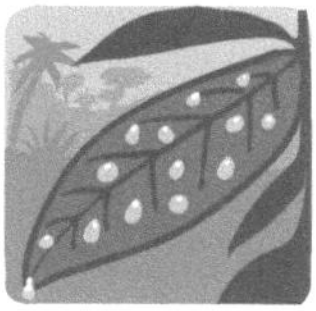

nemlime hava
unyevu

šemšekoja

umeme

šemšekosko čalavibe

radi

bura

dhoruba

kijameti

mvua ya mawe

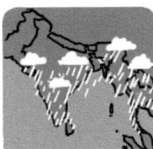

monsuni

monsuni

baro pani

mafuriko

paho

barafu

Januaro

Januari

Februaro

Februari

Marto

Machi

Aprilo

Aprili

Majo

Mei

Juno

Juni

Julo

Julai

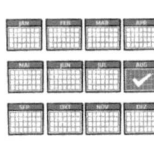

Augusto

Agosti

Septembro
....
Septemba

Oktombro
....
Oktoba

Novembro
....
Novemba

Dekembro
....
Desemba

forme
maumbo

rota
....
mduara

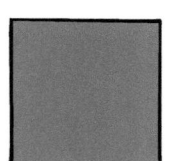

kvadrati
....
mraba

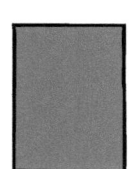

rektanglo
....
mstatili

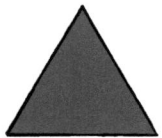

trianglo
....
pembetatu

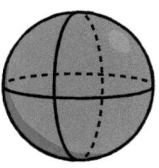

sfera
....
nyanja

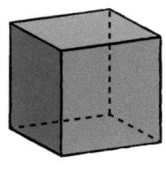

kocka
....
mchemraba

parni
....
nyeupe

galbeno
....
manjano

pomarandža
....
chungwa

roze
....
rangi ya waridi

loli
....
nyekundu

lila
....
hudhurungi

vunato
....
bluu

harjali
....
kijani

kafeno
....
hanja

kuršumlija
....
jivujivu

kali
....
nyeusi

but / hari

mengi / kidogo

holjame / mudro

hasira / pole

šuži / bišuži

nzuri / mbaya

starto / agor

mwanzo / mwisho

baro / tikno

kubwa / ndogo

puterde bojako / phanle bojako

angavu / giza

phral / phen

kaka / dada

užo / melalo

safi / chafu

sahno / bisahno

kamilika / tokamilika

dive / rat

siku / usiku

mulo / dživdo

wafu / hai

buvlo / tank

pana / nyembamba

hala pe / na hala pe

kulika / kutolika

džungalo / šukar

ovu / ema

bare vogjea / bi vogjea

sisimkwa / udhika

thulo / kišlo

nene / nyembamba

avgo / paluno

kwanza / mwisho

amal / dušmani

rafiki / adui

pherdo / čučo

jaa / tupu

zoralo / kovlo

ngumu / laini

pharo / lokho

nzito / nyepesi

bokh / truš

njaa / kiu

nasvalo / sasto

mgonjwa / mwenye afya

ilegalno / legalno

haramu / kisheria

godyaver / bigodyako

akili / kijinga

bajan / dahin

kushoto / kulia

paše / dur

karibu / mbali

nevo / purano

mpya / kutumika

khanči / vareso

kitu / jambo

phuro / terno

zee / changa

phabardo / ačhavdo

waka / zima

puterdo / phanlo

wazi / fungwa

mudro / bare avazeskoro

utulivu / kelele

barvalo / čorolo

tajiri / masikini

čačutno / došalo

sahihi / kosa

zoralo / kovlo

mbaya / laini

mazuni / lošalo

huzunika / furahia

skurto / lungo

fupi /ndefu

pohari / sigate

polepole / haraka

sapano / šuko

nyevu / kavu

tato / šudro

joto / baridi

mareba / sansari

vita / amani

0

zero

sufuri

1

jek

moja

2

duj

mbili

3

trin

tatu

4

štar

nne

5

panč

tano

6

šov

sita

7

efta

saba

8

ohto

nane

9

enja

tisa

10

deš

kumi

11

dešujek

kumi na moja

12

dešuduj

kumi na mbili

13

dešutrin

kumi na tatu

14

dešuštar

kumi na nne

15

dešupanč

kumi na tano

16

dešušov

kumi na sita

17

dešefta

kumi na saba

18

dešohto

kumi na nane

19

dešenja

kumi na tisa

20

biš

ishirini

100

šel

mia

1.000

milja

elfu

1.000.000

milioni

milioni

Anglicko

Kiingereza

Americko Anglicko

Kiingereza cha Marekani

Kinesko Mandarinsko

Kimandarini cha Uchina

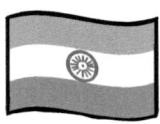

Indisko

Kihindi

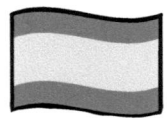

Špansko

Kihispania

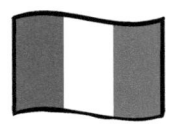

Francusko

Kifaransa

Arapsko

Kiarabu

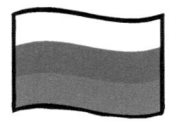

Rusko

Kirusi

Portugalsko

Kireno

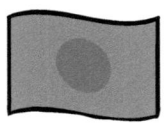

Bengalsko

Kibengali

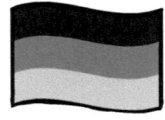

Nemicko

Kijerumani

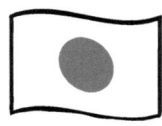

Japansko

Kijapani

thaj

mimi

tu

wewe

ov / oj

yeye / yeye / ni

amen

sisi

tumen

wewe

ola

wao

ko?

nani?

so?

nini?

sar?

jinsi gani?

kote?

wapi?

kana?

lini?

anav

jina

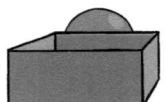

palal
nyuma

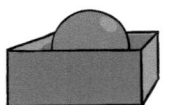

andre
katika

anglal o
mbele ya

upral
juu ya

an
kwenye

telal
chini ya

trujal
kando

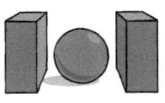

maškaral
kati

than
mahali